ക്ഷണിക

ചെറു കവിതകൾ

വിഷ്ണു വി

Copyright © Vishnu V
All Rights Reserved.

This book has been published with all efforts taken to make the material error-free after the consent of the author. However, the author and the publisher do not assume and hereby disclaim any liability to any party for any loss, damage, or disruption caused by errors or omissions, whether such errors or omissions result from negligence, accident, or any other cause.

While every effort has been made to avoid any mistake or omission, this publication is being sold on the condition and understanding that neither the author nor the publishers or printers would be liable in any manner to any person by reason of any mistake or omission in this publication or for any action taken or omitted to be taken or advice rendered or accepted on the basis of this work. For any defect in printing or binding the publishers will be liable only to replace the defective copy by another copy of this work then available.

ഉള്ളടക്കം

ആമുഖം	v
കടപ്പാട്	ix
1. നിദ്ര	1
2. ഗോപിക	3
3. ഗായിക	5
4. എങ്കിൽ	7
5. പത്തുനാളെണ്ണി	8
6. വൈകി ഞാൻ	10
7. വന്നില്ല നീ	11
8. തേടുവതാരെ	12
9. ചാരുമുഖീ	13
10. വൃന്ദ	14
11. സ്ഥായി	15
12. ജന്മാന്തരം	16
13. ആലിംഗനം	18
14. സന്ദേഹം	19
15. ഒടുവിൽ	20
16. ശിശിരം	21
17. വർഷപാതം	22
18. സീമന്തിനി	23
19. ഉള്ളടക്കം	24
20. സഖി	25
21. സൗഹൃദാലയം	27
22. കൊന്നപ്പൂ മേട്	28

ഉള്ളടക്കം

23. പിണക്കം	29
24. കൂട്ട്	30
25. പുൽത്തകിടി	31
26. കഥ	32
27. തുഷാരം	33
28. ഗതി	34
29. ശംഖ്	35
30. ഭാഗ്യസൗധം	36
31. മിഥ്യാരണ്യം	37
32. കല്ലോലിനി	38
33. ഹിമം	39
34. പഥിക	40
35. ന്യൃഷ്ടി	41
36. സഞ്ചാരം	42

ആമുഖം

താളബദ്ധമായൊഴുകുന്ന കവിതകൾ.

പുതിയ കാലത്തെ കവിതാ വഴികളിൽ നിന്നും മാറി പഴയകാല ക്ലാസിക് കവിതകളെ ഓർമ്മിപ്പിയ്ക്കുന്നതാണ് വി.വിഷ്ണു എന്ന യുവകവിയുടെ കവിതകൾ. ഈ കവി ഡൽഹി നിവാസിയാണ്. ഡിഗ്രിക്ക് പഠിച്ചു കൊണ്ടിരിക്കുന്നു. ഡൽഹിയിലെ മലയാളം മിഷൻ ആമ്പൽ ക്ലാസ് വിദ്യാർത്ഥിയാണെന്ന് കൂടി അറിയുമ്പോൾ, വിഷ്ണുവിന്റെ കവിതകൾ നമ്മെ അൽഭുത സ്തബ്ധരാക്കുന്നു. മലയാളം പഠിച്ചു വരുന്ന ഒരു കുട്ടി മലയാള ഭാഷയിൽ എത്ര തഴക്കത്തോടെയാണ് കവിതകൾ രചിച്ചിരിക്കുന്നത്. വർത്തമാന കാലത്ത് മരുന്ന് കുറിപ്പടികൾ പോലെ കവിത എന്ന പേരിൽ പ്രചരിക്കുമ്പോൾ, അതിൽ നിന്നെല്ലാം മാറി കവിത എന്ന പേരിന്റെ പൂർണ്ണമായ അർത്ഥത്തിലുള്ള ഒരു പിടി കവിതകളാണ് വിഷ്ണുവിന്റെ "ക്ഷണിക" എന്ന പേരിലുള്ള ഈ സമാഹാരത്തിലടങ്ങിയിട്ടുള്ളത്. "ക്ഷണിക" എന്നതിന് അനിത്യമായത്, സ്ഥിരതയില്ലാത്തത് എന്നൊക്കെയാണ് അർത്ഥം കൽപ്പിക്കുന്നത്. എന്നാൽ വിഷ്ണുവിന്റെ കവിതകൾ അതിന്റെ വിപരീതാർത്ഥമായ "നിത്യമായവ" അഥവാ വായിച്ചാൽ മനസ്സിൽ തങ്ങിനിൽക്കാൻ പ്രാപ്തമായവയാണെന്ന് നിസ്സംശയം പറയാം. അത്ര താളബദ്ധവും, സംഗീത സാന്ദ്രവുമായി ആശയ സന്നിവേശത്തോടെ കവിതകൾ വാർന്നു വീണിരിക്കുന്നു. ഒരു പൂങ്കുലയിലെ പൂക്കളായും, വ്യത്യസ്ത വർണ്ണങ്ങളിൽ പൂത്തു വിരിഞ്ഞു നിൽക്കുന്നവയും ഉണ്ട്. കൃത്യമായ ഒരു ചട്ടക്കൂട് ഈ ശിൽപ്പത്തിന് മിഴിവേകുന്നു. പ്രവാസിയായ, മലയാളം പഠിച്ചു കൊണ്ടിരിക്കുന്ന ഒരു കുട്ടിയുടെ

തൂലികത്തുമ്പിൽ നിന്നും ഇറ്റുവീണിരിക്കുന്നത് ഭാവിയിലെ ഒരു നല്ല കവിയിലേക്കുള്ള പ്രയാണപഥങ്ങളാണ്. പലപ്പോഴായി എഴുതിയിട്ടുള്ള മുപ്പത്തിയാറ് കവിതകളാണ് ഇതിന്റെ ഉള്ളടക്കം.

സ്വപ്നങ്ങളും, യാഥാർത്ഥ്യങ്ങളും, പ്രണയവും, വിരഹവും, നോവും, പ്രതീക്ഷയും, സാമൂഹിക പ്രശ്നങ്ങളുമെല്ലാം ഈ കവി വിഷയമാക്കിയിട്ടുണ്ട്. വിഷയത്തിലെ വൈവിധ്യം ബഹുസ്വരതയുടേതാണ്. കവിത ധ്യാനാത്മകമാണ്. ധ്യാനപൂർണ്ണമായ മനസ്സോടെ അടയിരുന്ന് വിരിയുന്ന കവിതകളുടെ ചിത്രമാണിതിൽ ദൃശ്യമാകുന്നത്. തന്റെ ചിന്തയിലൂടെ ഉരുത്തിരിയുന്ന വികാരവിചാരങ്ങളെ മനോഹരമായ ഒരു ഹാരമായി കവി കോർത്തിട്ടിരിയ്ക്കുന്നു. പുതിയ കാലത്ത് കവിതയുടേതായ പരിവേഷങ്ങളെയെല്ലാം നിരസിച്ചാണ് കവിതയുടെ യാത്ര. എന്നാൽ കവിത്വം ഉള്ളവർക്ക് മാത്രമെ കവിത രചിയ്ക്കാനാവു. അല്ലെങ്കിലത് കേവല വാക്കുകളുടെ നിര മാത്രമായിരിയ്ക്കും. ഗദ്യമാണെങ്കിലും, പദ്യമാണെങ്കിലും കവിത്വമുള്ള ഭാഷ പ്രകടമാവും. അവിടെ വിഷ്ണുവിന്റെ രചനയ്ക്ക് കാവ്യാനുശീലനത്തിന്റെ തെളിമ കാണുന്നുണ്ട്. ഭൗതികവും, ആത്മീയവുമായ ജീവിത പരിസരങ്ങളെ ചാലിച്ച് സുഖസുഷുപ്തിയിൽ മയങ്ങാതെ നല്ല നാളേയ്ക്കായി ഉണർന്നിരിക്കാനാണ് കവി ആഹ്വാനിയ്ക്കുന്നത്. ഇരുളകറ്റുന്ന സൂര്യബിംബം പോലെ അറിവിന്റെ വെളിച്ചവും നന്മയും പകരണമെന്ന് കവി ഉറച്ചു പറയുന്നുണ്ട്. അത് തന്നെയാണ് എഴുത്തുകാരന്റെ പ്രതിബദ്ധത. സ്വകാര്യതകളിൽ അഭിരമിയ്ക്കാതെ, താൻ ജീവിക്കുന്ന ചുറ്റുപാടുകളെ, അധീശത്വത്തെ, ഹിംസയെ, പാർശ്വവൽക്കരണത്തെ തിരിച്ചറിയുക.

ഈ കവി മലയാള സാഹിത്യത്തിലെ ഭാവി പ്രതീക്ഷയാണ്. ഈ തൂലികക്ക് അർത്ഥവത്തായ കവിതകൾ നൽകാൻ കഴിയും. ആ ശക്തി ഇനിയുമിനിയും തേച്ചുമിനുക്കി പുതു വാങ്മയങ്ങളെ സൃഷ്ടിക്കാൻ പര്യാപ്തമാകട്ടെയെന്ന് ആശംസിയ്ക്കുന്നു. വിഷ്ണുവിന് എല്ലാ വിധ ഭാവുകങ്ങളും നേർന്നുകൊണ്ട് ഈ മുഖമൊഴിക്ക് വിരാമം

കുറിയ്ക്കുന്നു.

ഇന്ദിരാബാലൻ

ബാംഗ്ലൂർ

10 - 5 - 2022

വിഷ്ണുവിന്റെ കവിതകൾ

നല്ല നിരീക്ഷണപാടവവും സൂക്ഷ്മതയും നിഴലിക്കുന്ന കവിതകൾ ആണ് വിഷ്ണുവിന്റേത്. പ്രകൃതി സ്നേഹവും പ്രണയവും ഇഴ ചേർന്ന് കാവ്യഭാവന ഉൾക്കൊള്ളുന്ന കവിതകളുടെ സമാഹാരമാണ് "ക്ഷണിക". വളരെ ചെറുപ്പത്തിൽ തന്നെ താളത്തിൽ വാക്കുകൾ ചിട്ടപ്പെടുത്താൻ മലയാളം മിഷന്റെ പഠനരീതി വിഷ്ണുവിനെ ഏറെ സഹായിച്ചിട്ടുണ്ട്. ഏറ്റവും രസകരമായ കാര്യം പരീക്ഷ എഴുതി മലയാളം മിഷൻ കോഴ്സുകളോട് വിട പറയാൻ വിഷ്ണുവിന് താല്പ്പര്യം ഉണ്ടായിരുന്നില്ല എന്നതാണ്. പ്രവാസികളായ പല വിദ്യാർത്ഥികളും മലയാളം മിഷൻ സമീപനരീതി അനുസരിച്ച് എഴുത്തിന്റെ ലോകത്തേക്ക് പിച്ച വക്കാൻ ശ്രമിച്ചിട്ടുള്ളവരാണ്. ഉന്നത വിദ്യാഭ്യാസത്തിനുള്ള തയ്യാറെടുപ്പുകൾ നടത്തുമ്പോഴും മാതൃഭാഷാസ്നേഹത്തിൽ ഉറച്ചു നിന്ന്, ആത്മവിശ്വാസത്തോടെ വിഷ്ണു മുന്നോട്ടു നീങ്ങി. പ്രകൃതീസ്നേഹവും സർഗ്ഗാത്മകതയും കവിതയിലൂടെയും മറ്റും ആവിഷ്കരിക്കപ്പെട്ടു. പഠിതാക്കളുടെ സ്വത്വബോധം ഉണർത്തുന്ന മലയാളം മിഷന്റെ സമീപനം അനുസരിച്ചുള്ള അധ്യയനരീതിയിൽ വിഷ്ണുവിന്റെ കവിതകൾ ഒരു അടയാളപ്പെടുത്തലാണ്. ഈണത്തിൽ ചൊല്ലിനോക്കി വാക്കുകൾ

ആമുഖം

ക്രമീകരിച്ച് എഴുതാനാണ് മലയാളം മിഷൻ വിദ്യാർത്ഥികൾ പരിശീലിക്കുന്നത്... ഒരു പരിധി വരെ താളാത്മകമായി എഴുതാൻ വിഷ്ണുവിന് കഴിഞ്ഞിട്ടുമുണ്ട്. നിദ്രയും ഗോപികയും പോലുള്ള കവിതകൾ അതിനുദാഹരണങ്ങൾ ആണ്.

മുന്നോട്ടുള്ള സർഗ്ഗയാത്രയ്ക്ക് വിഷ്ണുവിന് സർവ്വമംഗളങ്ങളും നേർന്നുകൊണ്ട്,

സ്നേഹവാത്സല്യങ്ങളോടെ,

അംബിക പി മേനോൻ
അക്കാദമിക് കോർഡിനേറ്റർ,
മലയാളം മിഷൻ അദ്ധ്യാപിക
(അക്ഷരാലയം പഠനകേന്ദ്രം)
ഡൽഹി ചാപ്റ്റർ

കടപ്പാട്

കവിതകളുടെ ലോകം പരിചയപ്പെടുത്തിയ അച്ഛനും
ആദ്യത്തെ നിരൂപക അമ്മക്കും
കുത്തിക്കുറിച്ച അക്ഷരത്തെറ്റുകൾ തിരുത്തി,
എഴുതാൻ പ്രേരിപ്പിച്ച അംബിക ടീച്ചർക്കും
തിരക്കുകൾക്കിടയിലും എന്നെ വായിച്ച എന്റെ സൗഹൃദങ്ങൾക്കും
പ്രപഞ്ചത്തിനും
പ്രണയത്തിനും

1. നിദ്ര

മകരമഞ്ഞിൽ മറവു തേടും
മദന സുമബിംബം,
കുളിരുമായി പാഞ്ഞുപോകും
ശീതളക്കാറ്റും.

തലയമർത്തി മയങ്ങുവാനായ്
വലിയ തലയിണയും,
തണുതണുപ്പൻ കാറ്റ് തടയാൻ
പുത്തൻ കമ്പിളിയും.

നടുനിവർത്തി നിദ്രപുൽകാൻ
നല്ല മലർമെത്ത.
ജനലിലൂടെ വിരുന്നു വന്ന
മനോജ്ഞ കിളിനാദം.

പുലരി തന്നുടെ വരവുതേടും
കഴിഞ്ഞ സ്വപ്നങ്ങൾ.
പുതു നിറങ്ങൾ പകരുവാനോ
പുതിയ സ്വപ്നങ്ങൾ.

കനവുകൾ തൻ നടുവിലയ്യോ
പെട്ട് പോകരുതേ
നിദ്രയിൽ നിന്നുണരു നിങ്ങൾ
നല്ല നാളേക്കായ്.

ഇരുളകറ്റി കതിരുതിർക്കും
അർക്കബിംബം പോൽ
അറിവ് പകരൂ, നന്മ പകരൂ
നല്ല നാളേക്കായ്.

2. ഗോപിക

കസ്തൂരിതൻ മുഗ്ധ ഗന്ധം പരക്കുന്ന
കാർമുകിൽ മൂടിയ ഗ്രാമഭംഗി.
കാറ്റത്തുലാത്തുന്ന പൂമരക്കൊമ്പിലെ
പൂ പറിക്കാൻ വന്നു കാതരാംഗി.

കാർമുകിൽ വാനിൽ നിന്നിറ്റു വീഴും മുൻപ്
സന്ധ്യതൻ അരുണിമ എത്തും മുൻപ്
വനമാലിക്കേകുവാൻ വനപുഷ്പവും തേടി
അലയുന്നു വലയുന്നു തരുണീമണി.

കളിവിളക്കിൻ തിരി തെളിയുന്ന വേളയിൽ
സംഗീതമുണരുന്ന ത്രിസ്സന്ധ്യയിൽ
സ്വരരാഗ മാല്യങ്ങൾ കോർത്ത് കൊണ്ടങ്ങിനെ
പ്രാർത്ഥനാ ഗീതങ്ങൾ പാടുന്നു നീ.

ഗോപാലകൃഷ്ണനെ മോഹിച്ച രാധികേ,
വേർപാടിൻ വേദന അറിയുന്നു ഞാൻ
കളിവാക്ക് ചൊല്ലിയോരധരങ്ങളിൽ ഇന്ന്
കദന സാഗരം അലയടിച്ചിളകുന്നുവോ?

കൂടയിൽ കൂട്ടിയ പുഷ്പഹാരങ്ങളും
കൂട്ടിന്നു കുളിരോലും ഓർമ്മകളും,
നിന്നെ വേർപെട്ടൊരു മാധവ മാനസം
ഏകനായ് വിലപിക്കും ഗദ്ഗദവും.

നീ വരും നേരവും കാത്തിരിക്കുന്നോരോ
നീലക്കടമ്പിന്റെ നിശ്വാസവും.
നിന്നെ നയിക്കുന്നതെന്നെങ്കിലും വരും
ഗോപാലനെന്നുള്ള വിശ്വാസവും.

3. ഗായിക

ചന്ദ്രിക പൂക്കുമീ യാമിനിയിൽ
ചെറു പാലകൾ പൂവിടും യാമിനിയിൽ
ചാരുമുഖീ നിൻ മധുമൊഴി ചാലിച്ച
ചൈത്രഗാനം പകർന്നേക്കുമോ നീ?

കനകത്തിൻ കാന്തി വിളങ്ങുമാ കണ്ണുകൾ,
കരപുടങ്ങൾ പട്ടു തൂവാല പോൽ;
കദനത്തിലും കാവ്യഭംഗി തേടുന്നു നിൻ
കവിതപോലൊഴുകുന്ന മുഗ്ധനാദം.

ബന്ധുരെ നിൻ ഗാനപഞ്ചമത്തിൻ ശ്രുതി
ബന്ധിതനാക്കുന്നു എന്നെ നിന്നിൽ;
ബാഹ്യലോകത്തിലെ പീഢകളിൽ നിന്ന്
ബന്ധം അകറ്റുന്നു നിൻ പല്ലവി.

സാഗരം പോലുമീ സന്ധ്യയിൽ ശാന്തമായ്
ശാരികേ നിൻ സാധകം കേൾക്കുവാൻ;
സംഗീതധാരയാൽ സരസമാകുന്നിതാ
സങ്കീർണ്ണമീ ജന്മ കർമ്മങ്ങളും.

മാനത്തു താരങ്ങൾ കൺചിമ്മി മായുന്ന
മാതകരാവിന്റെ മഞ്ചലേറി
മന്ത്രങ്ങൾ ചൊല്ലി മയക്കി മെരുക്കിയ
മൺവീണതൻ നാദം അർപ്പിക്കാം ഞാൻ.

ക്ഷണിക

പാതിരാപ്പുള്ളിന്റെ താളത്തിനൊപ്പം നീ
പാവനരാഗങ്ങൾ മന്ത്രിക്കവേ
പാമരനാമെന്റെ ഗാനത്തിനൊപ്പം നീ
പാടുമോ ചേർന്നൊരു യുഗ്മഗാനം?

4. എങ്കിൽ

നിഴലിടും മഴമുകിൽ പെയ്തിറങ്ങീടുകിൽ
നിറമെഴും മലരുകൾ പൂത്തുവെങ്കിൽ.
നിഖിലമീ പുലരിയിൽ നിരുപമ കാവ്യത്തി-
ന്നിതളുകൾ പൊട്ടി വിരിഞ്ഞുവെങ്കിൽ.

നിളയുടെ മാറിലൂടൊഴുകുന്ന നൂലിഴ
വീണ്ടുമാ കരകളെ തഴുകിയെങ്കിൽ,
നനുനനുത്തുള്ളതാം പുഷ്പഗന്ധം
വീണ്ടുമീ മണ്ണിൽ പരന്നുവെങ്കിൽ.

പകലിലേക്കിനിയും അണ്ടെത്തിപ്പെടാത്തൊരു
ചിറകറ്റ പറവകൾ പാറിയെങ്കിൽ.
പതിരുകളില്ലാത്ത കതിരുപാടങ്ങളിനി
അകലെയല്ലായെന്നറിഞ്ഞുവെങ്കിൽ.

അലകളോടൊത്തങ്ങകലേക്ക് മറയുന്ന
അരുണന്റെ അനുരാഗം പൂത്തുവെങ്കിൽ.
അരുണിമ ചിന്നിയ അംബരകാന്തിയിൽ
ആര്യതാരങ്ങൾ കൺചിമ്മിയെങ്കിൽ.

നിഴലിടും കരിമുകിൽ മഴമുകിലായെങ്കിൽ
പുകമറയല്ലായിരുന്നുവെങ്കിൽ
നരജന്മ കർമ്മ ഫലത്തിനാൽ നരകമായ്
നിസ്സഹയായ് മാതാവ് കേണിടുന്നു.

5. പത്തുനാളെണ്ണി

അത്തമെത്തിയ തേരിലായി
ഉത്സവക്കൊടി പാറിടുന്നു
പത്തുനാളിനി എണ്ണുവാനായ്
കൈരളീ മനം ഒന്നുണർന്നു.

ചിത്തിരക്ക് വിളക്കു വയ്ക്കാൻ
ചിത്തമാകെയും ഒളി പരത്താൻ,
ചിന്നി മിന്നി വിളങ്ങിടുന്നു
മിന്നാമിന്നികൾ എങ്ങുമെങ്ങും.

ചോദ്യമെങ്ങും ഉയർന്നു കേട്ടു
ചോതിനാളിതിൽ നാടുനീളെ
"ചോക്കലിംഗമിതെങ്ങു പോയി?"
"പൂക്കളത്തിന് പൂക്കൾ വിൽക്കാൻ."

ഈ വിഷാദ വിഹായുസ്സിന്റെ
വിണ്ടുകീറിയ പഴുതിലൂടെ
വീണ്ടുമിത്തിരി അമൃതുമായി
ഹാ! വിശാഖം അണഞ്ഞിടുന്നു.

അരികിൽ, അനിഴ നിലാവിലായി,
അരുമസഖി നീ വന്നു നിന്നു
അലിഖിതമിതൊരു മന്ത്രവാക്കിൽ
സുമദലമതൊരു പുഷ്പമായി.

കാത്തു കാത്തു മടുത്തു ഞാൻ
തൃക്കേട്ട നാളിതിൽ ഓർത്ത് പോയി
മാബലി തൻ പാതാള വാതിൽ
മാളികകളാൽ മൂടിയെന്നോ?

മഞ്ജുരാഗ വിപഞ്ചി മീട്ടി
മഞ്ജുളാംഗികൾ ഒത്തു പാടി
"മൂലം നാളിതിൽ എന്ത് പാടാൻ
പൂരാടത്തിനു കാത്തു നിൽക്കാം"

ഉച്ചവെയിലിനു മൂർച്ചയേറും
ഉത്രാടത്തിനു ലോകരാകെ
പാഞ്ഞലഞ്ഞു വലഞ്ഞിടുന്നു
പായസത്തിനു കൂട്ടൊരുക്കാൻ.

തിങ്ങിടുന്നു നിരത്തിലെങ്ങും
തോരണങ്ങൾ ആർപ്പു വിളികൾ.
തിന്മയെങ്ങുമിതില്ല നാട്ടിൽ
തിരുവോണമലരിതളിട്ടുവല്ലോ.

ഓണമുണ്ട് മടുത്തവർ തൻ
കോടിമുണ്ടഴിയുന്നു മെല്ലെ.
ഓടിയെങ്ങോ പോയി വീണ്ടും
ഓർത്തിരിക്കാൻ, അവധിക്കാലം.

6. വൈകി ഞാൻ

ഇനിയകുസുമങ്ങൾ വിരിയുന്ന വനഭംഗിയിൽ
ഇണക്കുരുവികൾ കുറുകുന്ന മലർശാഖിതൻ
ഇലകൾ തഴുകുന്ന കാറ്റിന്റെ നിസ്വനം കൊണ്ടി-
തിലെ വരുമെന്നൊരാശയിൽ നീ മറഞ്ഞു.

അതുലമധുരങ്ങൾ നിന്നോർമ്മ നൽകുമെങ്കിൽ
അതിലുമധികമൊരു മധുരം അതുനിൻ സാമിപ്യം
അമല ഹൃദയേശ്വരീ, അബലനാകുന്നു ഞാൻ,
അരുമ സ്വരധാര തിരളുന്ന ചിരി കേൾക്കുകിൽ

വിഫലമീ ജീവിതാന്ത്യം വരോർത്തിരിക്കാൻ
വിരഹമേകുന്നു നിത്യവും വേദനകൾ.
വളരെ വൈകി ഞാൻ, നിന്നോടെൻ ഇഷ്ടം ചൊല്ലാൻ;
വിതുല സൗന്ദര്യം മറ്റൊരാൾ സ്വന്തമാക്കി.....

7. വന്നില്ല നീ

അരുണനകലുന്ന സന്ധ്യതൻ അരുണിമയിൽ
അകലെ മറയുന്ന പറവതൻ ചിറകടികളും,
അമ്പല തരുലതകൾ തെന്നലിൽ ഉലയുന്നതും,
അരികിൽ നീയുള്ളതോർത്തു, ഞാൻ കണ്ടതില്ല.

കദനവും കളിയാക്കി മാറ്റിടും നിൻ
കളിവാക്കിൽ എത്രയോ ചിരി തന്നു നീ.
കിളിവാതിൽ പഴുതിലൂടെന്നെന്നും ഞാൻ
കാത്തു മിഴിയോർത്തിരിക്കുന്നിതെ നിനക്കായ്.

പിരിയേണ്ട നാൾ വരുമതോർത്തില്ല ഞാൻ,
പക്ഷെ പിരിയും മുമ്പെങ്കിലും വന്നില്ല നീ;
പറയുവാനുള്ളിലൊതുക്കിയതത്രയും
പറയാഞ്ഞതെന്തേ ഈ പെണ്ണിനോട്.

8. തേടുവതാരെ

ഏതോ പുരാണത്തിൽ എങ്ങോ ജനിച്ചൊരു
ഹേമാംഗ ലാവണ്യമേ...
നിന്റെ കണ്ണിൽ വിരിഞ്ഞ താരകപ്പൂവുകൾ
തേടുന്നതാരെയാരെ...

പൂവാകച്ചോട്ടിലന്നാരോരുമാറിയതെ
വന്നു നീ നിന്നതല്ലേ...
പൂമണമേന്തി മദിക്കുന്ന തെന്നലിൽ
തേടുന്നതാരെയാരെ...

ചാരുവൃന്ദാവന കാന്തിയെഴും ചെറു
ചേമന്തികാട് നീളെ...
ചേലെഴും പാദവിന്യാസമൊടങ്ങനെ
തേടുന്നതാരെയാരെ...

തേടിയലഞ്ഞു തളർന്നു മടങ്ങുമ്പോൾ
തോളത്തു തട്ടി മെല്ലെ...
തേനടർച്ചുണ്ടിലുതിർന്നൊരാ നിസ്വനം
മെല്ലെ കവർന്നതാര്...

9. ചാരുമുഖീ

ഞാനെന്റെ ചുണ്ടാലൊളിപ്പിച്ചു നിന്റെ
ഞാവൽപ്പഴം പൂത്തൊരധരം ;
നിന്റെ വാർമുടി തുമ്പിലൊളിച്ചതോ പൂവിട്ട
നീലാംബുജത്തിന്റെ മധുരം

നൂപുരനാദമുയിർക്കുമാ പാദങ്ങൾ
പട്ടുനൂലാൽ നെയ്തതെന്നോ
പാലുറഞ്ഞുണ്ടായ ശില്പമോ, പ്രേയസീ
പാരിതിൽ എങ്ങിനെ വന്നു,
നീ പാരിതിൽ എവിടുന്നു വന്നു.

സൈരന്ധ്രിമാരൊരുക്കിയ മഞ്ചലിൽ
സ്വപ്നങ്ങൾ പൂക്കുന്ന നേരം
നിൻ ജനൽപ്പാളികൾ വീശിത്തുറക്കുന്ന
തെന്നലും മോഹിച്ചു നിന്നു,
നിന്റെ കൂന്തലിൽ ചേക്കേറാൻ വന്നു.

ഞാനെന്റെ ചുണ്ടാലൊളിപ്പിച്ചു നിന്റെ
ഞാവൽപ്പഴം പൂത്തൊരധരം ;
നിന്റെ വാർമുടി തുമ്പിലൊളിച്ചതോ പൂവിട്ട
നീലാംബുജത്തിന്റെ മധുരം.

10. വൃന്ദ

മധുരാംഗണമാം മലർവാടിയിതിൽ
മധുവോ മലരോ നീ?
മനതാരിലലിഞ്ഞിഴുകും നിനവിൽ
കനിവോ മുറിവോ നീ?

മൊഴിയാൽ അനിലേ, മൃദുലം പകരൂ
മനസ്സിൽ ശുഭരാഗം.
മുകുളം വിരിയാനുതിരുന്നതുമീ
മൊഴി കാതോർക്കാനായ്.

മധുവൂറുമൊരീ മലരിൻ മടിയിൽ
മരുവും ശലഭം പോൽ
വിറകൊള്ളുമോരീ അധരം പുണരും
മദനോലുപിതൻ ഞാൻ.

മധുരാംഗണമാം മലർവാടിയിതിൽ
മധുവാണഴകേ നീ;
ഒരുനാൾ കൊഴിയും മലരെങ്കിലുമീ
മധു, നീ, നിലനിൽക്കും.

11. സ്ഥായി

കാലാതിവൃത്തിയിൽ എന്നെ മറന്നാലും,
കാലാന്ത്യമെന്നൊന്നുണ്ടെങ്കിൽ ഓമനെ
കുഞ്ഞിളം കൈവിരൽത്തുമ്പിലൊളിപ്പിച്ച
കാഞ്ചനകാന്തി ഞാനന്നോളം ഓർത്തിടും.

മൂവന്തിതൻ സൗമ്യസുന്ദര രശ്മികൾ
മുപ്പാരിലരുണിമ ചാലിച്ചെഴുതുമ്പോൾ
മൂലോകവും തിരഞ്ഞെങ്കിലും കാണാഞ്ഞ
മുഗ്ധമീ ചേഞ്ചുണ്ടും എന്നെന്നും ഓർത്തിടും.

രാഗങ്ങളെത്രയും രാകിമിനുക്കി, നവ-
രാഗമാല്യങ്ങളാൽ ഗീതികൾ തീർക്കിലും
രാവുറങ്ങീടുകിൽ നിന്റെ സ്വരാവലി
രോമാഞ്ചമേകുന്നതെന്നെന്നും ഓർത്തിടും.

ശീവേലി കണ്ടങ്ങ് കൈകൂപ്പി നിൽക്കവെ
ശീതവുമെന്തി ഗമിക്കുന്ന തെന്നലിൽ
ശിഥിലം ഉടഞ്ഞു കുരുങ്ങിയ കൂന്തലിൻ
ശിശിരസൗരഭഗന്ധം എന്നെന്നും ഓർത്തിടും.

കാലാതിവൃത്തിയിൽ എന്നെ മറന്നാലും,
കാലാന്ത്യമെന്നൊന്നുണ്ടെങ്കിൽ അന്നോളം
കേവലനാമീ കുമാരനെ സ്നേഹിച്ച,
കാതരേ നിൻമനം എന്നെന്നും ഓർത്തിടും.

12. ജന്മാന്തരം

സുരഗായകാ, നിന്നധരങ്ങൾ തഴുകുന്ന
സനികയായ് ഇനിയൊരു ജന്മമുണ്ടോ?
സുമനുമായ് കൂടി കലമ്പുന്ന നീരദ-
സഖിയായി മറ്റൊരു ജന്മമുണ്ടോ?

കാലാതിവൃത്തിയിൽ കാതങ്ങളക്കരെ
കാനനപുഷ്പമായ് ജന്മമുണ്ടോ?
കൂരിരുൾ തിങ്ങിയ സാഗരസീമയിൽ
കൂർമ്മമായ് മറ്റൊരു ജന്മമുണ്ടോ?

സാരംഗിതൻ സൗമ്യസാധകം കേൾക്കുന്ന
സൂനങ്ങൾ പൂക്കുന്ന താഴ്വരയിൽ...
സന്മയ ശൃംഗാരഭംഗിയിലാടുന്ന
ഭൃംഗമായ് മറ്റൊരു ജന്മമുണ്ടോ?

കുമുദിനിപൂക്കുന്ന പൂങ്കവിൾ കോണിലെ
കുവലയ മൊട്ടായി ജന്മമുണ്ടോ?
കുനുചില്ലമേലിരുന്നൊരു പാട്ടു മൂളുന്ന
കുരുവിയായ് മറ്റൊരു ജന്മമുണ്ടോ?

കരിയുന്ന കാടിന്റെ കദനത്തിലെരിയുന്ന
കരിയിലക്കൂട്ടമായ് ജന്മമല്ല...
കരയുന്ന കുഞ്ഞിന്റെ കാതിലേക്കൊഴുകുന്ന
കവനഗാനങ്ങളായ് ജന്മമുണ്ടോ?

ഇനിയൊരു ജന്മത്തിൽ ഇതിലൊരു കണ്ണിയായ്
ഇവിടെ ഈ മണ്ണിലായ് ജന്മമുണ്ടോ?
ഇനിവരും കാലത്തിൽ ഇവയൊന്നുമില്ലാത്ത
ഇരുളിലാണെങ്കിലോ മർത്യജന്മം?

13. ആലിംഗനം

ഇവിടെ ഞെട്ടൊടിഞ്ഞിലകൾ വീഴവെ
ഇനിയ പൂവുകൾ വിളറി വീഴവെ
ഇമകൾ അശ്രുവാൽ നനവണിഞ്ഞതും
ഇനിയും എന്നിലെ നിനവിലൂറിടും

ഇരുകരങ്ങളാൽ മിഴി പൊതിഞ്ഞു നീ
ഇതിലെ മൂകമായ് അകലെമായവെ,
ഇരുകരങ്ങളാൽ ചേർത്തുപുൽകിടാം...
ഇമകളോരോന്ന് തഴുകി നിന്നിടാം.

ഒരു കിളുന്നു പൂവിതള് നുള്ളുവാൻ
ഒഴുകി വന്ന ഹേമന്തമാരുതൻ
തരുശിഖങ്ങളെ തഴുകിടുന്നപോൽ
തരളമേനിയും ചേർത്തു പുൽകിടാം.

അനഘ സൗരഭ്യം നിരതമേകുമീ
ആത്മസൗന്ദര്യ ബിംബകാന്തിയിൽ
അലിയുവാനൊരു നിമിഷമേകുമോ
അലയുമീ മനം അനാഥമല്ലയോ..

14. സന്ദേഹം

കാവിലെ കരിപ്പൂണ്ട കൽവിളക്കിൽ
കുഞ്ഞുതിരിയിട്ട് കത്തിച്ചു മിഴിപൂട്ടവേ;
കിനാവിന്റെ ചിതറിയ ശകലങ്ങളിൽ നീ
കിന്നാരമോതി മറഞ്ഞതെന്തേ??

കൂവളത്തളിരില മാല കെട്ടി
കോവിലിലേക്ക് നടന്നു പോകെ;
കന്നിവെയിൽ കൊണ്ടുണരുന്ന പൂവിന്റെ
കമനീയ ഗന്ധം കവർന്നതെന്തേ??

ഗോപകുമാരന്റെ ചുണ്ടോട് ചേരുന്ന
ഗോപികാവദനം തുടുത്തപോലെ;
ഗരിമയിലൊഴുകുന്ന പദനിസ്വനം കേട്ടാൽ
ഗന്ധർവ്വനും രോമഹർഷമല്ലേ

സന്ദേഹമോടെ നിൻ തോളത്തു തട്ടി
സല്ലപിക്കാനിങ്ങ് വന്നു നിൽക്കെ,
സംഗീതമറ്റൊരു മൺവീണ പോലെ എൻ
സിരകളിൽ മൗനം പടർന്നതെന്തേ?

15. ഒടുവിൽ

എന്തിനീ പൂമുഖം വിളറി വിയർക്കുന്നു
ഇന്ദ്രിയങ്ങൾ തുടിക്കുന്നു മൂകം...
എത്രയോ നാളുകൾ കണ്ടിരുന്നീ മുഖം,
ഇന്നിതെന്തേ തിളങ്ങുന്നു നൂനം...

ഇന്നലെ മൊട്ടിട്ടൊരിഷ്ടമല്ലീവണ്ണം
ഇന്നോളം എന്നിൽ ഒതുക്കി വച്ചു...
ഇക്കാലമത്രെയും ഉൾക്കൊണ്ട സൗഹൃദം
തകരുമെന്നോർത്തു മടിച്ചു നിന്നു...
ഞാൻ, ഇന്നോളം എല്ലാം ഒതുക്കി വച്ചു...

ചെമ്പകം പൂവിട്ട ചില്ലക്കുകീഴിലെ
ചെമ്മണ്ണിൽ ഈ രാത്രി കാത്തു നിന്നു...
ചാരുതപൂവിടും നിൻമിഴിക്കുള്ളിൽ
എന്നെയിരുത്താൻ കൊതിച്ചു നിന്നു...
ഞാൻ, ഇന്നോളം ഈ രാവുതേടി നിന്നു

എന്തിനീ പൂമുഖം വിളറി വിയർക്കുന്നു
ഇന്ദ്രിയങ്ങൾ തുടിക്കുന്നു മൂകം...
എത്രയോ നാളുകൾ കണ്ടിരുന്നീ മുഖം,
ഇന്നിതെന്തേ തിളങ്ങുന്നു നൂനം...

16. ശിശിരം

നീരുറയുന്ന ശരത്കാല രാത്രിയിൽ
നീലിമ ചോരും മിഴിപ്പൂവടച്ചു നീ
നിദ്രയും തേടിയെൻ മടിയിൽ ശയിക്കവെ,
നേർത്ത കരിമ്പടം മെല്ലെ പുതച്ചിടാം.

കമ്പിളിച്ചൂടിൽ ചുരുങ്ങി കിടന്നു നീ
കൊഞ്ചി എന്നെ പേരെടുത്തു വിളിക്കവെ
കാതരികത്തെത്തി മറുപടി നൽകിടാം,
കവിളിലെ ചൂടൊരുതെല്ല് കവർന്നിടാം.

നനവുണങ്ങാത്ത നിൻ വാർമുടിക്കെട്ടിലെ
നറുസുഗന്ധം തെല്ലു കാറ്റിൽ ലയിച്ചതോ?
നിഖില സൗഗന്ധിക പൂമേട് പൂത്തതോ?
നിസ്വനം പോലും മനോജ്ഞമോ? മന്ത്രമോ?

നീരുറയുന്ന ശരത്കാല രാത്രിയിൽ
നീലിമ ചോരും മിഴിപ്പൂവടച്ചു നീ
നിദ്രയും തേടിയെൻ മടിയിൽ ശയിക്കവെ,
നേർത്ത കരിമ്പടം മെല്ലെ പുതച്ചിടാം.

17. വർഷപാതം

കണ്ണിമ തെല്ലൊന്നു മുറുകാത്ത രാത്രിയിൽ
ജാലകചില്ലിന്മേൽ മാരിപെയ്തൊഴിയവെ
കണ്ണടച്ചൊന്നു ഞാൻ, ഓർമ്മകൾ തേടുകിൽ
ജന്മസൗഭാഗ്യമാം നിൻ മുഖം കാണുന്നു.

കൂരിരുൾ മേവുന്നൊരാകാശ സീമയിൽ
ജീർണിച്ച മേഘനഭസ്സിറ്റ് വീഴവെ
കണ്ണിമക്കുള്ളിൽ ഒളിപ്പിച്ച ബാഷ്പത്തിൻ
ജീർണിച്ച നീർവര കവിളിലൂടൊഴുകുന്നു.

കുങ്കുമവർണ്ണമൊരുക്കിയ സന്ധ്യയിൽ
ജാലകവാതിലിൽ മുട്ടി നീ വിട ചൊല്ലി.
കണ്ണെത്തുവോളം കൈ വീശി നിന്ന ഞാൻ
ജന്മങ്ങളോളം ആ കാലൊച്ച തേടുന്നു.

കാർമേഘമന്നു മറച്ചൊരാ സന്ധ്യയിൽ
ഇന്നും ഉദിച്ചില്ല വർണ്ണ മരീചിക
കാലം വരച്ചിട്ട ചിത്രത്തിലെന്നോണം
ജതിയറ്റ മൻവീണ മൗനിയായ് തുടരുന്നു.

18. സീമന്തിനി

നീഹാരമോലുമീ നിർമ്മല ഗാത്രിയിൽ
നൂലിഴ പൊട്ടിയ പട്ടുറുമാലിനാൽ
നേർത്തൊരു നീർമണി ഒപ്പിയെടുക്കവെ
നിന്നിളം പൂങ്കവിൾ മുത്തിയുണർത്തിടാം

പാഴ്മുളം തണ്ടിലെ ദ്വാരങ്ങളൊക്കെയും
പൂവിരൽ കൊണ്ടു നീ മൂടിപിടിക്കവെ
പഞ്ചമം കേട്ടിരുന്നേറ്റു പാടുന്നതാ
പൂമരക്കൊമ്പിലെ കോകിലം മുഗ്ധമായ്.

നെയ്ത്തിരിയിട്ടു കൊളുത്തിയ കാർത്തിക-
ദീപങ്ങൾ മങ്ങിമിനുങ്ങി ജ്വലിക്കവെ
കുഞ്ഞിളം സൂര്യനുദിച്ചപോൽ ഈ മുഖം
ദീപികമേലെ വിടർന്നു വിളങ്ങിടും.

മൺവിളക്കൂതി കെടുത്തിയ മാരുതൻ
മെല്ലെ നിൻ പൂങ്കവിൽ തൊട്ടുതലോടവെ
മാമരം കോച്ചുന്ന ശൈത്യത്തിനാലെ നീ
മൂടിയതല്ലയോ നിൻ മുഖലാവണ്യം.

നീഹാരമോലുമീ നിർമ്മല ഗാത്രിയിൽ
നൂലിഴ പൊട്ടിയ പട്ടുറുമാലിനാൽ
നേർത്തൊരു നീർമണി ഒപ്പിയെടുക്കവെ
നിന്നിളം പൂങ്കവിൾ മുത്തിയുണർത്തിടാം.

19. ഉള്ളടക്കം

ദുഃഖസ്മൃതികളൊരിറ്റില്ല ഓർമ്മയിൽ,
സൗഖ്യസന്തോഷങ്ങൾ മാത്രമാണ്;
ഓർമ്മയിലേക്ക് മറഞ്ഞില്ലിതേവരെ,
ഇന്നും, ആ ദുഃഖം എൻ കൂടെയുണ്ട്.

ദൂരെ ആകാശത്ത് താരകം മിന്നുമ്പോൾ
സാഗരം കേഴുന്നു മേലേ നോക്കി
തിരകളോരോന്നായി കരകളിൽ തല്ലുന്നു
ചിരിതൂകുമാ താരകത്തെ നോക്കി.

കടലറിയുന്നില്ല കാതങ്ങളക്കരെ
എരിയുന്ന തീയാണ് താരമെന്ന്.
ആയിരം സ്ഫോടനം ഉള്ളിലുള്ളപ്പോഴും
കാണുവാൻ ഇത്രയും ഭംഗിയെന്ന്.

പുഞ്ചിരി പൂശിയ ചുണ്ടുകൾ വിങ്ങിടും
പുലരി മങ്ങി, ഇരുളുവിരി നീർത്തവെ.
ഏകാന്തത വെറും കല്പനയല്ലയോ,
എന്നും, ആ ദുഃഖം എൻ കൂടെയുണ്ട്.

20. സഖി

മൂന്നര പൊൻപവൻ ഊതിയുരുക്കിയ
മാലയൊന്നില്ലടീ ചാർത്തിക്കുവാൻ.
മൂന്നുരൂപാ പേനത്തുമ്പുരച്ചെഴുതിയ
മഞ്ജുള ഗീതകം സ്വീകരിക്കൂ...

പൊൻതാലിയൊന്നില്ല കെട്ടുവാനെങ്കിലും
പൂമുഖം വിളറാതെ കാത്തുകൊള്ളാം.
പൂവൊത്ത ചുണ്ടിണ, തെല്ലൊരുനേരവും,
പുഞ്ചിരി ചോരാതെ സൂക്ഷിച്ചിടാം.

കിലുകിലെ പാടും വെള്ളി കൊലുസ്സില്ല
കൈനിറയേ കുപ്പിവള തന്നിടാം.
കടലുകളക്കരെ കോട്ടയില്ലെങ്കിലും
കുടുസ്സുകൊട്ടാരം ഇക്കരെ നൽകിടാം.

കണ്മഷി എന്തിനു വേണമീ കണ്ണിന്,
കരിതേച്ചു കനകം മറയ്ക്കുവാനോ
കരി വരച്ചെഴുതിയ കണ്ണാണു പ്രിയമെങ്കിൽ
കുറുകി കലങ്ങാതെ കാത്തുകൊള്ളാം.

വേനലിലിത്തിരി കുളിരു വിതയ്ക്കുവാൻ
ശീതീകരിച്ചൊരു മുറിയില്ലടീ
വിശറിയാൽ വീശി ഈ വെനലകറ്റിടാം
കുളിരു നിൻ കൂടെ ജനിച്ചതല്ലേ...

ചെറുചെറു ദുഃഖങ്ങൾ ഉണ്ടാകുമെങ്കിലും
ചിരി പൊട്ടും ഒരു വാക്ക് മന്ത്രിച്ചിടാം.
ചിരകാല ജീവിത-പദയാത്ര തന്നിലെ
ചെറു വിശ്രമം ഹാസ്യമയമാക്കിടാം.

പൂനിലാവെങ്ങും വിളങ്ങിയ വേളയിൽ
പാലുമായ് നീ വന്നരികിൽ നിൽക്കെ,
പൂമ്പൊടിയോലുമീ മൂക്കുത്തിയെങ്കിലും
പ്രേമസന്ദേശമായ് നൽകിടട്ടെ...

മൂന്നര പൊൻപവൻ ഊതിയുരുക്കിയ
മാലയൊന്നില്ലടീ ചാർത്തിക്കുവാൻ.
മൂന്നുരൂപാ പേനത്തുമ്പുരച്ചെഴുതിയ
മഞ്ജുള ഗീതകം സ്വീകരിക്കൂ...

21. സൗഹൃദാലയം

മൊട്ടിട്ടുവാടിയ പ്രേമരംഗങ്ങളും
പൂത്തുലഞ്ഞാടിയ സൗഹൃദസംഘവും
കണ്ണിമചിമ്മിയ വേഗത്തിലെന്നോണം
പള്ളിക്കൂടത്തിന്റെ വാതിൽ കടന്നുവോ?

മുട്ടുകുത്തിയിരുന്ന് കവിത വായിച്ചതും,
പിന്നിലൊളിച്ചിരുന്ന് ഊണ് കഴിച്ചതും,
ഇന്നലെ കണ്ട കിനാവിലേതെന്നോണം
കണ്ണടച്ചീടുകിൽ മെല്ലെ തെളിയുന്നു.

പന്തുമായ് ഓടി കുതിച്ചു തളർന്നവർ
പേരാൽത്തണലിൽ ഇരുന്ന് കിതക്കുന്നു.
പരിഭ്രമിക്കുന്നൂ ചില ജന്മങ്ങൾ, അപ്പുറം,
പേനയിൽ മഷിവറ്റി വീണ വിഷമത്തിൽ.

മണിയാനാശാൻ എത്തി മണിയടിച്ചീടുവാൻ
മടിപൂണ്ട കണ്ണുകൾ ഉണർന്നു തിളങ്ങുന്നു;
മധുരലാസ്യം പൂണ്ട കാമുകിമാരതാ
മണിയനാശാനോട് പരിഭവം കാട്ടുന്നു.

കണ്ണിലീ വെട്ടം കിടക്കും വരെയ്ക്കുമാ
ബെഞ്ചിലെ വർണ്ണങ്ങൾ മായിലൊരിക്കലും.
കണ്ണിലെ വെട്ടം കറുത്തു പോയെന്നാലും
നെഞ്ചിലീ സൗഹൃദം മങ്ങില്ലൊരിക്കലും.

22. കൊന്നപ്പൂ മേട്

മഞ്ഞ കണിക്കൊന്ന കുന്നിൽ
ചാഞ്ഞു മയങ്ങുന്ന നേരം
കുഞ്ഞിളം കാറ്റു വന്നെത്തി
കുഞ്ഞു കവിളിൽ തലോടി.

പൊന്നിളവെയിലിന്റെ ചൂടിൽ
കൊന്നകൾ പൂവിട്ട മേട്ടിൽ
ചെന്നിരുന്ന് ഒന്ന് മയങ്ങാൻ
ഇന്നെനിക്കുണ്ടായി മോഹം

എങ്കിലും വാതിലിനുള്ളിൽ
പൊൻകണി കണ്ടു തൊഴുതു
ഇംഗിതം ഉള്ളിൽ ഒതുക്കി
വീട്ടിനുള്ളിൽ ഞാൻ ഇരുന്നു.

ദൂരെ നിന്നാശംസ നേരാം
ദൂരെ മായട്ടെ ഈ കാലം.
ചാരെ ആകട്ടെ ആ മേട്ടിൽ
മാരിവിൽ പൂക്കുന്ന കാലം.

23. പിണക്കം

ഇളവെയിലുണരും ചിങ്ങ പുലരിയിൽ
ഇതളിടും ഒരുചെറു തുമ്പപ്പൂപോൽ
ഇനിയൊരു പുഞ്ചിരി വിടരുകയില്ലേ
ഇവളുടെ കുറുമൊഴിയുതിരും ചുണ്ടിൽ.

മിഴികളിൽ അഞ്ജനം എഴുതിയതാരോ
കവിതയിതെഴുതാൻ കരി തരി തരുമോ?
കരുണ ലഭിച്ചാൽ ഒരു തരി മെല്ലെ
ചെറുവിരലാൽ ഞാൻ തഴുകിയെടുക്കാം.

വരികളിലൊന്നും പേരെഴുതില്ല,
കിരുകിരെ ഈ ജനലൊന്നു തുറക്കൂ;
എഴുതിയ കവിതയിൽ ഒരു വരിയെങ്കിലും
എന്റെ കിനാവിൽ പൂത്തുലയില്ലേ?

പകലിരവോളം ഒളിച്ചു കളിച്ചു
പരിഭവം ഇനിയും നീങ്ങിയതില്ലേ?
മലരിതളടരും ലാഘവമോടെ
പുഞ്ചിരി വീണ്ടും വിടരുകയില്ലേ?

24. കൂട്ട്

കടലോളങ്ങൾ ഓരോരോ തിരകളാകുന്നു,
ഓരങ്ങളിൽ ചെന്നു തല്ലിവീഴുന്നു,
ദുഃസ്വപ്നമാം ആഴക്കടലിൽ ഉഴറുമ്പോൾ
കൈനീട്ടി എന്നെ കരയ്ക്കണക്കുന്നു.

കൂട്ടത്തിരക്കിന്റെ കോലാഹലത്തിൽ
ആയിരം ശബ്ദങ്ങൾ ആരവമാകും.
എങ്കിലും ആ മൊഴി ചൂടിയ നാദം, എൻ
കാതുകൾക്കെന്നും വഴികാട്ടിയായി മാറും.

ക്രൂശിക്കുവാൻ ഒരു കൂട്ടരുണ്ടാകും.
കുറവു നിരത്തുവാൻ പലരുമുണ്ടാകും.
കുറ്റങ്ങളെല്ലാം നികത്തി അകറ്റുവാൻ
കൂട്ടിനൊരാൾ എന്നും കൂടെയുണ്ടാകും.

കൈ നീട്ടി എന്നെ കരയ്ക്കണക്കാനും,
കാതിലെന്നും വഴികാട്ടിയാകാനും,
കുറവുകളെല്ലാം പരിഹരിക്കാനും
കൂട്ടിനെന്നാളും എൻ അമ്മയുണ്ടാകും.

25. പുൽത്തകിടി

കുന്നിനടിവാരം. ചെന്നവിടെ നിന്നു.
മേലെ മുകിലോരം ഈറൻ ഉറവിട്ടു.
പുൽത്തകിടിൻ ഓരോ നാമ്പും ഉരുവിട്ടു,
"ദാഹമകലട്ടെ; മേഘം ഉരുകട്ടെ."

പോയ ഗ്രീഷ്മത്തിന്റെ സാക്ഷ്യമെന്നോണം
പൊന്മുള ദ്രവിച്ചു,.. ദ്വാരം ഉതിരുന്നു.
മാരുതനുമൊത്തൊരു സ്വരാവലി രചിച്ചു.
മേലെ ഉരുകുന്ന മേഘങ്ങളെ വിളിച്ചു.

ഗർജ്ജനമൊടങ്ങിനെ ഇരുണ്ട് മഴവാനം
നിലം പതിയുമെന്ന ശ്രുതി ആകെ പരന്നു.
പാഴ്മുളയിലൂടെ പല പാട്ടുകൾ ഒരുക്കാൻ
ശക്തിയേറും വലിയ കാറ്റു വീശുന്നു.

പൊന്മുള തകർന്നു. വെയിലുമേറുന്നു.
മേഘങ്ങളെല്ലാം ഒഴുകി അകലുന്നു,
മാരുതനുമൊത്ത് ചെറു യാത്ര തുടരുന്നു.
പുൽത്തകിടി വീണ്ടും മയക്കമാകുന്നു.

26. കഥ

ജനലഴിയൊരം അരുണിമ ചിന്നും
പ്രിയസഖി സന്ധ്യേ, മയങ്ങുകിനി.
ഇരവിനു കാവലിരിപ്പൂ ദൂരെ
വെൺതാരകളും പനിമതിയും.

നിദ്രയിലാണ്ടു മറഞ്ഞൊരു സന്ധ്യ
വീണ്ടും ഉണർന്ന് ഉഷസ്സാകും.
ഉണരും മുമ്പ് ഈ പാലക്കൊമ്പിൽ
പൂവുകളൊക്കെ വിരിഞ്ഞാടും.

കൊമ്പിനു കീഴിൽ പൂവുകളെണ്ണി
കൂടെയിരിക്കാൻ വരുകില്ലേ?
പുലരോളി മാനത്തണയും വരെയും
കളികൾ ചൊല്ലാം, കഥ പറയാം.

രാവുമയങ്ങി പകലുണരുമ്പോൾ
വീണ്ടും പുതിയൊരു കഥ പറയാം.
കഥകളിലെല്ലാം നീയുണ്ടാകും,
കഥയെഴുതാനും കൂടാമോ?

27. തുഷാരം

തേവാരത്തിനിറങ്ങിയ തെന്നൽ
തെക്കേ മലതൻ താഴ്വര താണ്ടി
തേയില നുള്ളിയെറിഞ്ഞു ചിണുങ്ങി
തെന്നി മദിച്ചങ്ങീവഴി പോയി.

കിളുന്ന് ചുണ്ടാൽ കൊത്തിയെടുത്ത
കരിഞ്ഞ തണ്ടും ഇലകളുമായി
കിതച്ചു പാറി കൊമ്പിലൊളിച്ചു
കൂടു മിനുക്കാനെത്തിയ പക്ഷി.

ശൈത്യം എത്തും മുമ്പീ കുന്നിൽ
ശാഠ്യമായീ അണ്ണാനുകളും.
ശേഖരിക്കണം ഓരോ തരിയും,
ശീതമെങ്ങും മൂടും മുൻപ്.

തുടുത്ത വിരലുകൾ ചൊട്ടി വരണ്ടു
തണുത്തുറഞ്ഞു വിറങ്ങലിച്ചു.
തെക്കേ മലയിലെ ഇലകളുണക്കി,
തിളച്ചു പൊങ്ങിയ ചായ കുടിച്ചു.

28. ഗതി

ഒരുനേരമെങ്കിലും നിന്റെ കൈവെള്ളയിൽ
എന്റെ ഈ ചുംബനം സൂക്ഷിക്കുമോ?
രണ്ടുനാളെങ്കിലും എന്റെ ഈ പാട്ടിന്റെ
പൊട്ടിയ വാക്യങ്ങൾ ഓർമിക്കുമോ?

മൂന്നുനാളെണ്ണി പിരിഞ്ഞുപോയില്ലെങ്കിൽ
മൂളുമോ വീണ്ടുമെൻ ഇഷ്ടഗാനം.
നാലാമതങ്ങിനെ നേരം പുലരുകിൽ
നാലുമണിപ്പൂവാൽ ഇഷ്ടം തരാം.

നാളുതോറും നിന്നെ പൂജിച്ച പൂവിന്റെ
നൈർമല്യമോലും ഉഷസ്സുദിക്കെ
നീലിമചോരും, നിലാവൂറുമാ നിശ
നിന്റെ കൺപീലിയിൽ വന്നിറങ്ങി

കാലാന്തരങ്ങൾ ഈ കൈയ്യിലെൻ കൈയ്യിട്ട്
കാതങ്ങളോളം നടന്നീടിലും
കാതരമാം ആദ്യ ചുംബനത്തിൻ ചൂട്
കാറ്റ് പുൽകാതെന്നും കാത്തുവെയ്ക്കാം.

29. ശംഖ്

മറുകരെ നിന്നൊഴുകി വരും
തിരകളിലെ ജലകണിക
മണലിലിവൻ എഴുതിയൊരു
പ്രണയകഥ കവർന്നെടുത്തു.

അകലെ അതാ മറുകരയിൽ
തിര പതിയെ കരപുണർന്നു.
കരളലിയും കാന്തിയേഴും
ശംഖൊരെണ്ണം മറന്നുവെച്ചു.

ഇവൻ എഴുതിയ വരകളെല്ലാം
കടലിലലിഞ്ഞിഴുകിടുന്നു.
മറുകരകൾ നിറയെ അത്
ശംഖുകളായ് ചെന്നടിഞ്ഞു.

പ്രണയകഥ തളിരണിയും
മറുകരതൻ മദനനതാ
പ്രിയസഖിയുടെ മനമുരുകും
ഇനിയ ശംഖ് തിരഞ്ഞെടുത്തു.

30. ഭാഗ്യസൗധം

കിനാവിന്റെ രമ്യസൗധങ്ങളിലേതിലോ
കിഴികെട്ടി വച്ച സൗഭാഗ്യങ്ങളാകെയും
കൊണ്ടുപോകൂ നിന്റെയൊപ്പം, എൻ പ്രേയസീ
കട്ടെടുക്കാം നിന്റെ ദുഃഖങ്ങളേതും ഞാൻ.

കടലിൻ അഗാധമാം ചുഴിയിറങ്ങീടിലും
കദനക്കയത്തിൻ തുടക്കമാകുന്നുവോ.
ഏറ്റെടുക്കും നിന്റെ ദുഃഖങ്ങൾ ഈ കയം,
ഏറെ സുഖങ്ങൾ പകരം വഴിഞ്ഞിടും.

കണ്ണിലെ വെട്ടവും ചൂഴ്ന്നെടുക്കും വിധം
കദനം കരാളരൂപങ്ങളിൽ എശ്വശുമ്പോൾ,
കൂരിരുട്ടിൽ എന്റെ ദുഃഖം ജ്വലിച്ചു, നിൻ
സൗഖ്യത്തിലേക്കുള്ള പാത തെളിച്ചിടും.

കിനാവിന്റെ രമ്യസൗധങ്ങളിലേതിലോ
കിഴികെട്ടി വച്ച സൗഭാഗ്യങ്ങളാകെയും
കൊണ്ടുപോകൂ നിന്റെയൊപ്പം, എൻ പ്രേയസീ
കട്ടെടുക്കാം നിന്റെ ദുഃഖങ്ങളേതും ഞാൻ.

31. മിഥ്യാരണ്യം

ഇന്നോളം എന്നിലെ നോവിന്റെ തേരേറി
ആകാശമെത്രയോ താണ്ടി.
ഇന്നോളം എന്നിലെ കല്പന കട്ടു നീ
ഗീതങ്ങൾ എത്രയോ പാടി.

എന്നിലേക്കെന്നെ തളച്ചു നീ
മാനസ വാതിലെല്ലാം മെല്ലെ മൂടി
നിന്നിലേക്കെന്നെ അടുപ്പിച്ചുമില്ല
സ്വയം മറന്നെന്തേ മറഞ്ഞു?

മൗനമെൻ കൂട്ടിരിക്കുന്നിതാ രാത്രിയിൽ.
മോഹങ്ങൾ സ്വപ്നങ്ങളായി.
നിദ്രയില്ലെങ്കിൽ ഈ സ്വപ്നങ്ങളെങ്ങിനെ?
സ്വപ്നങ്ങൾ മിഥ്യകളായി.

കല്പനയറ്റൊരു യാന്ത്രികലോകത്ത്
ഇരുളുകീറി തിരയുന്നു,
മിഥ്യകൾക്കൊപ്പം എൻ ഹൃത്തടം മാഞ്ഞുവോ?
കണ്ടുകിട്ടാത്തതെന്താണോ?

കഷ്ണങ്ങളെങ്കിലും ഒട്ടിച്ചു ചേർത്തെന്റെ
ഹൃദയം മിനുക്കുവാനാമോ?
ഭ്രാന്തിയെന്നോമന പേരിട്ട നാട്ടുകാർ
കണ്ടുനിന്നാസ്വദിക്കട്ടെ.

32. കല്ലോലിനി

പുഴ പങ്കിട്ടൊരാ നീർച്ചാലിന്റെ വക്കിൽ
അന്നൊന്നിച്ചു കാലിട്ടിരിക്കെ.
നീട്ടി പിടിച്ച കൈക്കുമ്പിളിലിത്തിരി
സ്നേഹം പകർന്നു നീ കല്ലോലിനീ.

തീരം പതിഞ്ഞൊഴുകും ഓളത്തിനിത്തിരി
കിള്ളിയെറിഞ്ഞെന്റെ ശ്രദ്ധ വാങ്ങി...
തോളത്തിരുത്തിയ മറുകൈയ്യമർത്തി
കവിൾ എന്റെ തോളിൽ ചിണുങ്ങി താങ്ങി.

നീരൊഴുക്കിൻ ശ്രുതി തിങ്ങിയ സന്ധ്യയിൽ
മൗനത്തിനീണവും കാതിൽ മൂളി
നീരദ സ്പർശമൊടെൻ ചുണ്ടിലായവൾ
മോഹനചുംബന മാല ചാർത്തി.

പുഴ പങ്കിട്ടോരാ നീർച്ചാലിന്റെ വക്കിൽ
തമ്മിൽ പൊതിഞ്ഞ് അന്നിരിക്കെ
നീന്തി അകന്നൊരു നീർപ്പോള പോലവെ
ക്ലേശങ്ങളെല്ലാം തകർന്നു.

33. ഹിമം

പുലരി പുതുമഞ്ഞുരുകി
പകലിൻ വെയിലിൽ
മറയുന്നു.

മഴയായ് വീണ്ടും
മുകിലിൻ ചിമിഴിൽ
തിരികെ ചേരുന്നു.

മുകിലിൻ ചിമിഴിൽ
മഴതൻ കിടയിൽ
മഴവില്ലിരിക്കുന്നു.

അരികെ ചിണുങ്ങും
കുറുവാൽ കുരുവി
പാടാനൊരുങ്ങുന്നു.

ഇനി ഈ വഴിയേ
ഒഴുകും കാറ്റിന്
കുളിരാൽ കിടുങ്ങുന്നു

അരികെ ചിണുങ്ങും
കുറുവാൽ കുരുവി
പാടി രസിക്കുന്നു.

34. പഥിക

പൊൻവിളക്കിലെരിയുന്ന പൂന്തിരിയിൽ
ആളുമീ കനക നാളം
പകരുന്നിതാ പുലരും അഭ്രസീമകളിൽ
അനിതരം കവന ഭാവം.

മിഴി കോർത്തു മുന്നിലണയുന്ന രൂപം
എതിരേറ്റു കൊണ്ടുപോകുന്നു
മേടക്കിനാക്കൾ എഴുതുന്ന ചിത്രകഥയിൽ
തെളിഞ്ഞ വനമെങ്ങോ.

പുലരിക്കിനാവ് പൊടിയുന്നുവെങ്കിലും
പൂർണ്ണമായുണർന്നില്ല.
പതിയെ തിരുമ്മി നയനം മിഴിക്കുകിൽ
പഥിക എൻ വഴി തടഞ്ഞു.

ഒഴിഞ്ഞ നെഞ്ചിലെ ഇരുണ്ട മൂലയിൽ
ഒരു കൊച്ചു മുറിയുമെടുത്ത്
ഒഴിയാ സ്മരണകളുടെ പുത്തൻ ഓഹരി
ഒറ്റക്ക് സ്വായത്തമാക്കി.

ഉണരുന്നു ഞാൻ സ്വപ്നമായയിൽ നിന്ന്,
ഉഷസ്സോരോന്നിലും തിരയുന്നു
ഉജ്ജ്വല സൗരഭേ സംഗമിക്കില്ലയോ
ഉത്കണ്ഠ ഉണ്ടെനിക്കെന്നും.

35. സൃഷ്ടി

മന്ദാരവും നുള്ളി മന്ദം നടക്കുന്ന
മഞ്ജുളഗാത്രി മീനാക്ഷീ...
മൗനങ്ങളാലെയും മഞ്ഞുരുക്കുന്നു നീ
മാർകഴിതൻ മൂകരാവിൽ.

ഗംഗയും ഗഗനവും ഗതിയറ്റു നിൽക്കുമീ
ഗംഭീര സൗരഭ്യമെന്തേ,
ഗതകാല ഗ്രന്ഥങ്ങളൊന്നിലും കണ്ടില്ല?
ഗണിതം പിഴച്ചുവോ കാലം?

ധമനികൾ തോറും ധൈര്യം വിളങ്ങുന്ന
ധന്യദേവാംഗനെ, നിന്നെ,
ധരണിതൻ കോണുകളൊന്നിലും കണ്ടില്ല
ധാമമീ ഭൂമിയോ? വാനോ?

പഞ്ചേന്ദ്രിയങ്ങളും പാകമല്ലാവിധം
പൂർണ്ണത പൂണ്ടൊരു സൃഷ്ടി.
പൂർവ്വപുണ്യജന്മങ്ങൾ തൻ സംഹിത പൂവിട്ട
പത്മരാഗപ്രഭാ പുഷ്ടി.

രുചിരസ്മിതം ചൂടി തീരത്തുലാത്തവേ
രേണുവും വിസ്മയം പൂണ്ടു
രണ്ട് പാദങ്ങളും രമ്യതേജസ്സ് വീഴ്ത്തുന്നു
രംഗമിതന്യം എൻ കണ്ണിൽ.

36. സഞ്ചാരം

ചെമ്പകപ്പൂവിതൾ സുസ്മിതം ചൂടിയ
ചേലെഴും രഞ്ജിനീ, ചാന്ദ്ര ഗാത്രി
ചൂഴുന്നിരുട്ടിലും ചോരുന്നു, ചാരുതേ,
ചന്ദ്രികയാകും ആരാമദാദ്രി.

വാചാലനാകുന്ന രാക്കിളി തങ്ങിയ
വാക തൻ പൂക്കളൊഴിഞ്ഞ കൊമ്പിൽ
വളർന്നു തളർന്നു കരിഞ്ഞു മെലിഞ്ഞൊരു
വള്ളിയിൽ പൂവിട്ടു ശംഖുപുഷ്പം.

പുകച്ചൂതി കത്തിച്ച ചൂട്ടുപന്തം പേറി
പടിഞ്ഞാറൊടുങ്ങുന്നു വീണ്ടും പകൽ
പിണയുന്നു കടലിൽ ഈ സ്വർണ്ണ നാണ്യം
പാതി തെളിയുന്നു വിണ്ണിലെ വെള്ളിക്കിണ്ണം.

ഗീതങ്ങൾ അവയുടെ യാത്ര തുടരുന്നു
ഗദ്ഗദം ചൂടിയ ചുണ്ടിൽ നിന്നും
ഗണ്യമല്ലാവിധം ഗീതികൾ തങ്ങിയ
ഗാന്ധാര നാദം മയക്കമായി.

ശാരദസൗമ്യത ചിന്തിയോരങ്കണം
ശൂന്യത തിങ്ങിയ വിങ്ങലേങ്ങി
ശാന്തമായെങ്കിലും ഇന്നലെ പൂവിട്ട
ശംഖുപുഷ്പങ്ങൾ ഈ വല്ലി മൂടി.

www.ingramcontent.com/pod-product-compliance
Lightning Source LLC
LaVergne TN
LVHW092100060526
838201LV00047B/1483